I LOVE TO EAT FRUITS AND VEGETABLES
GUSTO KONG KUMAIN NG MGA PRUTAS AT GULAY

A bilingual book

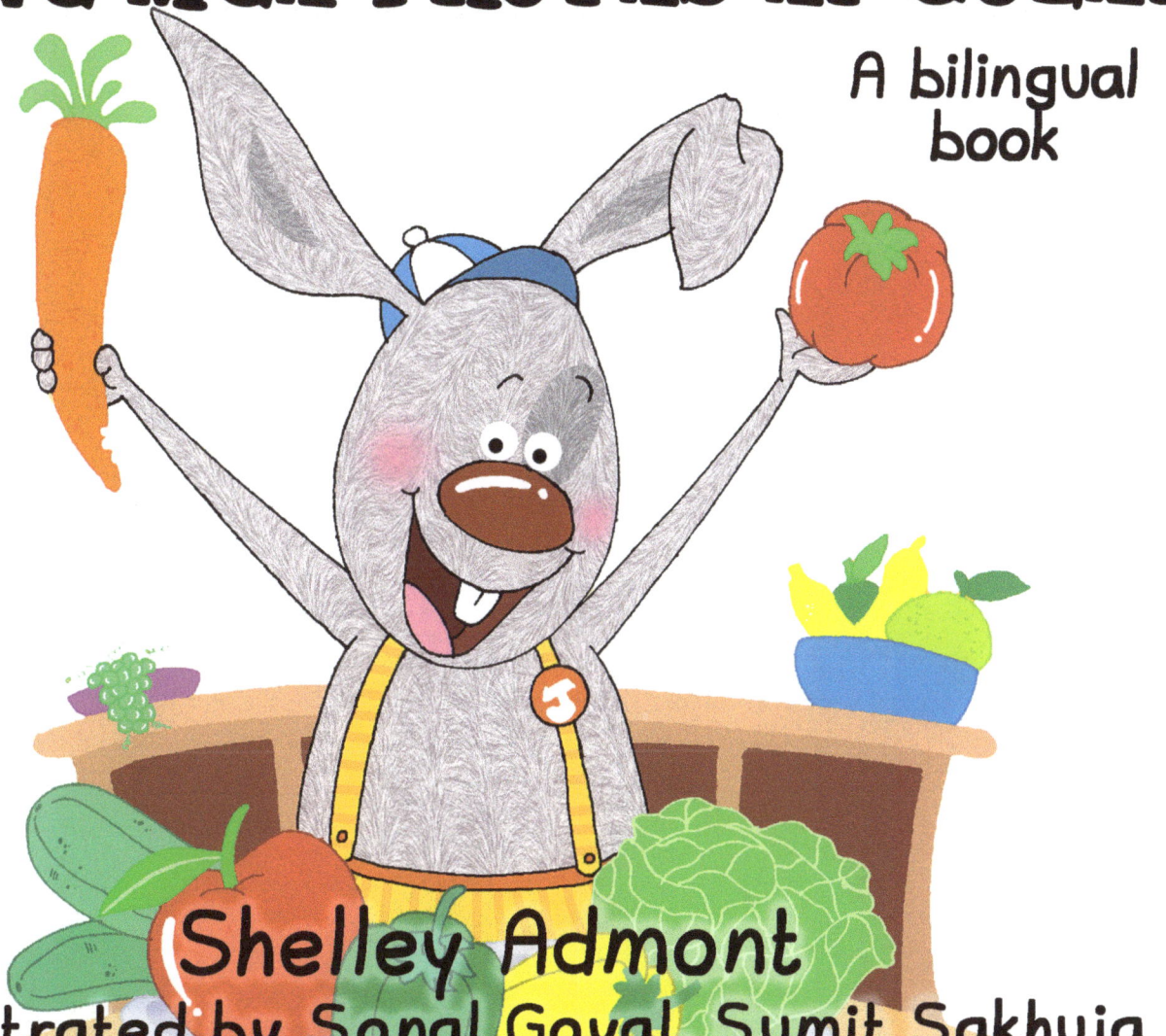

Shelley Admont

Illustrated by Sonal Goyal, Sumit Sakhuja

Copyright©2014 by S. A. Publishing
www.sachildrensbooks.com

All rights reserved. No part of this book may be reproduced in any form or by any electronic or mechanical means, including information storage and retrieval systems, without written permission from the publisher or author, except in the case of a reviewer, who may quote brief passages embodied in critical articles or in a review.

First edition, 2015

Translated from English Ma. Aurora L. Sicat

Sinalin mula sa Ingles ni Ma. Aurora L. Sicat

I Love to Eat Fruits and Vegetables (Tagalog Bilingual Edition)/ Shelley Admont
ISBN: 978-1-77268-184-0 paperback
ISBN: 978-1-77268-441-4 hardcover
ISBN: 978-1-77268-183-3 eBook

Please note that the Tagalog and English versions of the story have been written to be as close as possible. However, in some cases they differ in order to accommodate nuances and fluidity of each language.

Although the author and the publisher have made every effort to ensure the accuracy and completeness of information contained in this book, we assume no responsibility for errors, inaccuracies, omission, inconsistency, or consequences from such information.

For those I love the most—S.A.

Para sa mga pinakamamahal ko—S.A.

It was an hour before lunch. Jimmy, a little bunny, was playing with his two older brothers.

Isang oras pa bago makapagpananghalian. Nakikipaglaro si Jimmy, ang maliit na kuneho, sa kanyang mga kuya.

"I really feel like eating something sweet," said Jimmy suddenly. "Maybe Mom has a lollipop or a piece of chocolate for us."

"Gusto ko yatang kumain ng matamis," biglang banggit ni Jimmy. "Baka may lollipop o tsokolate si Mama para sa atin."

"We can't eat candy before lunch," said the oldest brother. "You know we're not allowed, Jimmy."

"Hindi tayo puwedeng kumain ng kendi bago mananghalian," pagpapaalala ng nakatatandang kapatid. "Alam mong hindi tayo papayagan, Jimmy."

"I like apples and grapes," said the middle brother. "They're sweet and tasty."

"Gusto ko ng mansanas at ubas," sabi ng pangalawang kuya. "Matamis sila at masarap."

Jimmy curled his lip. "Yuck, I don't like eating fruits."

Napangiwi si Jimmy. "Yuck, ayokong kumain ng mga prutas."

Then he whispered, "Guess what? I saw that Mom bought some new candy yesterday. I'm going to take some. Who's joining me?"

Saka siya bumulong, "Alam mo bang nakita ko si Mama na bumili ng ilang kendi kahapon? Dudukot ako nang kaunti. Sino ang gustong sumama sa akin?"

"Not me," said his oldest brother and went back to his toys.

"Hindi ako," sabi ng nakatatandang kapatid at bumalik na sa paglalaro.

"I'm not coming either," replied his middle brother.

"Hindi rin ako sasama," sagot ng pangalawang kuya niya.

Jimmy waved his hand and left the room. Slowly, he made his way to the kitchen, looking around to check that nobody was watching.

Nagpaalam na si Jimmy at lumabas sa kuwarto. Dahan-dahan siyang pumunta sa kusina, habang sinisiguro na walang makakakita sa kanya.

The table was already prepared for lunch.

Nakahanda na ang mesa para sa pananghalian.

Each bunny had his own plate. The oldest brother had the blue plate, and the middle brother had the green one. The orange plate was for Jimmy.

May sariling pinggan ang bawat kuneho. Asul ang plato ng kuya ni Jimmy, samantalang berde naman ang hawak ng mas pangalawang kuya niya. Kulay kahel ang napunta kay Jimmy.

In the center of the table was a big bowl filled with fresh vegetables. There were cucumbers, carrots, tomatoes, and some cabbage.

Nasa gitna ng hapagkainan ang isang malaking mangkok na puno ng gulay. May pipino, carrot, kamatis, at kaunting repolyo.

Jimmy scrunched his nose. *Ugh! I'm not going to eat THAT,* he thought.

Mariin na pinisil ni Jimmy ang kanyang ilong. Eew! Hindi ko kakainin ang mga IYAN, sa isip-isip niya.

He went over to the cupboard and spotted the bag of candy. But the cupboard was so high that Jimmy was unable to reach it.

Pumunta siya sa aparador at nakita ang isang supot ng kendi. Subalit napakataas ng aparador kaya't hindi ito kayang abutin ni Jimmy.

He took one of the chairs and moved it nearer to the cupboard. He climbed up onto it, but he still wasn't able to reach the shelf!

Kinuha niya ang isa sa mga silya at nilapit sa aparador. Umakyat siya dito subalit hindi pa rin niya maabot ang istante!

Jimmy got back down and looked around again. This time, he took a large empty pot and turned it upside down. He put the pot on the chair and then climbed up.

Bumaba si Jimmy at tumingin muli sa paligid. Isang malaking kaldero na walang laman naman ang kinuha niya at ito'y binaligtad niya. Nilagay niya ang kaldero sa silya saka muling umakyat.

Now, he was able to see the highest shelf. In the far corner of the shelf, there it was a huge bag full of candy!

Sa wakas, natanaw na niya ang pinakamataas na istante. Nasa kasuluksulukan nito ang malaking supot ng kendi!

But... he still wasn't able to touch it. He needed to be a tiny bit higher.

Subalit... hindi pa niya ito maabot. Kailangan niya pa ng mapagpapatungan.

What else can I use? thought Jimmy while getting down. Suddenly, he saw his mom's huge cookbook.

Ano pa ang maaari kong magamit? tanong ni Jimmy sa sarili habang bumababa sa silya. Bigla niyang nakita ang malaking cookbook ng kanyang nanay.

"That's exactly what I need!" he said happily as he grabbed the book.

"*Ito ang kailangan ko!*" masaya niyang bulalas at kinuha ang libro.

He put the cookbook on the upside-down pot and slowly climbed up. Now he was able to touch the shelf.

Ipinatong niya ang cookbook sa nakabaligtad na kaldero at dahan-dahang umakyat. Naabot na niya sa wakas ang istante.

But as Jimmy reached for the bag of candy, the chair began to rock.

Subalit nang mahawakan ni Jimmy ang supot ng kendi, nagsimulang yumugyog ang silya. Nawalan ng balanse si Jimmy at nahulog sa sahig.

Jimmy quickly lost his balance and fell flat on the ground.
Nawalan ng balanse si Jimmy at nahulog sa sahig.

The pot fell next to him with a loud bang. The cookbook came next, and it landed right on poor Jimmy's head.
Bumagsak ang kaldero sa tabi niya nang kumakalembang. Sumunod ang cookbook na bumagsak sa ulo ng kawawang si Jimmy.

"Ouch, that hurt!" shouted Jimmy. He started feeling a little dizzy.
"Aray, ang sakit noon!" napasigaw si Jimmy. Nahilo siya nang kaunti pagkaraan.

Jimmy looked up at the cupboard and it seemed as if it was getting higher and higher. When he tried to stand up on his feet, he felt dizzier and had to sit back down.
Tiningnan ni Jimmy ang aparador at nagmistulang mas mataas pa ito kaysa dati. Nang subukan niyang tumayo, mas lalo siyang nahilo kaya't kinailangan niyang umupo.

At that moment, his two older brothers came into the kitchen. "What was that noise," they asked, "and where's Jimmy?"

Sa sandaling iyon, humangos ang kanyang dalawang kuya sa kusina. "Ano ang ingay na iyon," tanong ng pinakamatandang kapatid niya, "at nasaan si Jimmy?"

Jimmy waved his hand. "I'm here!"
Kumaway si Jimmy. "Nandito ako!"

"Jimmy, you look...different," said the oldest brother.
"How did you get so tiny?" asked his middle brother.
"Jimmy, iba ang hitsura mo," puna ng kuya niya.
"Paano ka naging napakaliit?" pag-uusisa ng kanyang pangalawang kuya.

Only then did Jimmy realize why everything looked so big. He had become as small as a mouse!
Ngayon lamang napagtanto ni Jimmy kung bakit napakalaki ng lahat. Naging kasing liit siya ng isang daga!

"I just climbed up to get some candy," he cried, "and then I fell down."
"Inakyat ko lang ang aparador para kumuha ng ilang kendi," hikbi niya, "at nahulog ako."

"Maybe that's what caused you to become so little!" exclaimed the middle brother.
"Kaya siguro naging napakaliit mo!" bulalas ng pangalawang kuya.

"Oh, no! Will I stay this small forever?" Jimmy began crying.

"Hindi! Panghabambuhay ba akong magiging ganito kaliit?" napaiyak tuloy si Jimmy.

"Don't cry," said the oldest brother. "We will figure something out. Let's just clean up before Mom comes in."

"Huwag ka nang umiyak," pagpapahinahon ng nakatatandang kapatid niya. "Hahanap kami ng solusyon. Linisin muna natin itong kalat bago dumating si Mama."

Just as they finished putting everything back in its place, their mother walked into the kitchen.

Habang binabalik nila sa dating ayos ang lahat, pumasok ang kanilang nanay sa kusina.

"We're going to eat lunch soon. Where's Jimmy?" Jimmy hid behind his older brothers.

"Kakain na tayo ng pananghalian. Nasaan si Jimmy?" Nagtago si Jimmy sa likod ng kanyang mga kuya.

"Uh, uh…" stuttered his middle brother while thinking of something to say.
"Uh, uh…" nautal ang pangalawang kuya niya habang iniisip kung ano ang sasabihin.

But the older brother was very smart.
Subalit matalino ang nakatatandang kapatid.

"Mom, if someone wants to grow quickly and be tall and strong, what would he need to do?" he asked.
"Mama, kung gusto mong mabilis kang lumaki at maging malakas, ano ang dapat mong gawin?" tanong niya.

"He needs to eat his fruits and vegetables," she answered. "They contain lots of vitamins and minerals that help the body grow faster."
"Kailangan mong kumain ng prutas at gulay," sagot niya. "Marami silang bitamina at mineral na nakakatulong para mabilis kang tumangkad."

"Now, you can sit down at the table and I will call Dad and Jimmy," their mother said and walked out of the kitchen.
"Maupo na kayo sa hapagkainan at tatawagin ko muna sina Papa at Jimmy," sabi ng kanilang nanay habang papalabas siya ng kusina.

The oldest brother turned around to Jimmy. "Quick! You have to eat your fruits and vegetables."
Bumaling ang nakatatandang kapatid kay Jimmy. "Bilis! Kailangan mong kainin ang mga prutas at gulay."

"No way!" screamed Jimmy, "I don't even like fruits or vegetables!"
"Ano ka!" pagtutol ni Jimmy, "Ayoko ng mga prutas at gulay!"

"Do you want to stay this way forever then?" his middle brother asked.

"Gusto mo bang maging ganyan habambuhay?" tanong ng pangalawang kuya niya.

"Of course not!" replied Jimmy.

"Siyempre hindi!" sagot ni Jimmy.

"So eat some vegetables," said the oldest brother. "Maybe you'll even like them."

"Kaya kumain ka ng kaunting gulay," payo ng nakatatandang kapatid niya. "Baka magustuhan mo rin."

He took a carrot from the bowl on the table and slipped it in Jimmy's mouth.

Kumuha siya ng carrot mula sa mangkok na nasa hapagkainan at isinubo sa bibig ni Jimmy.

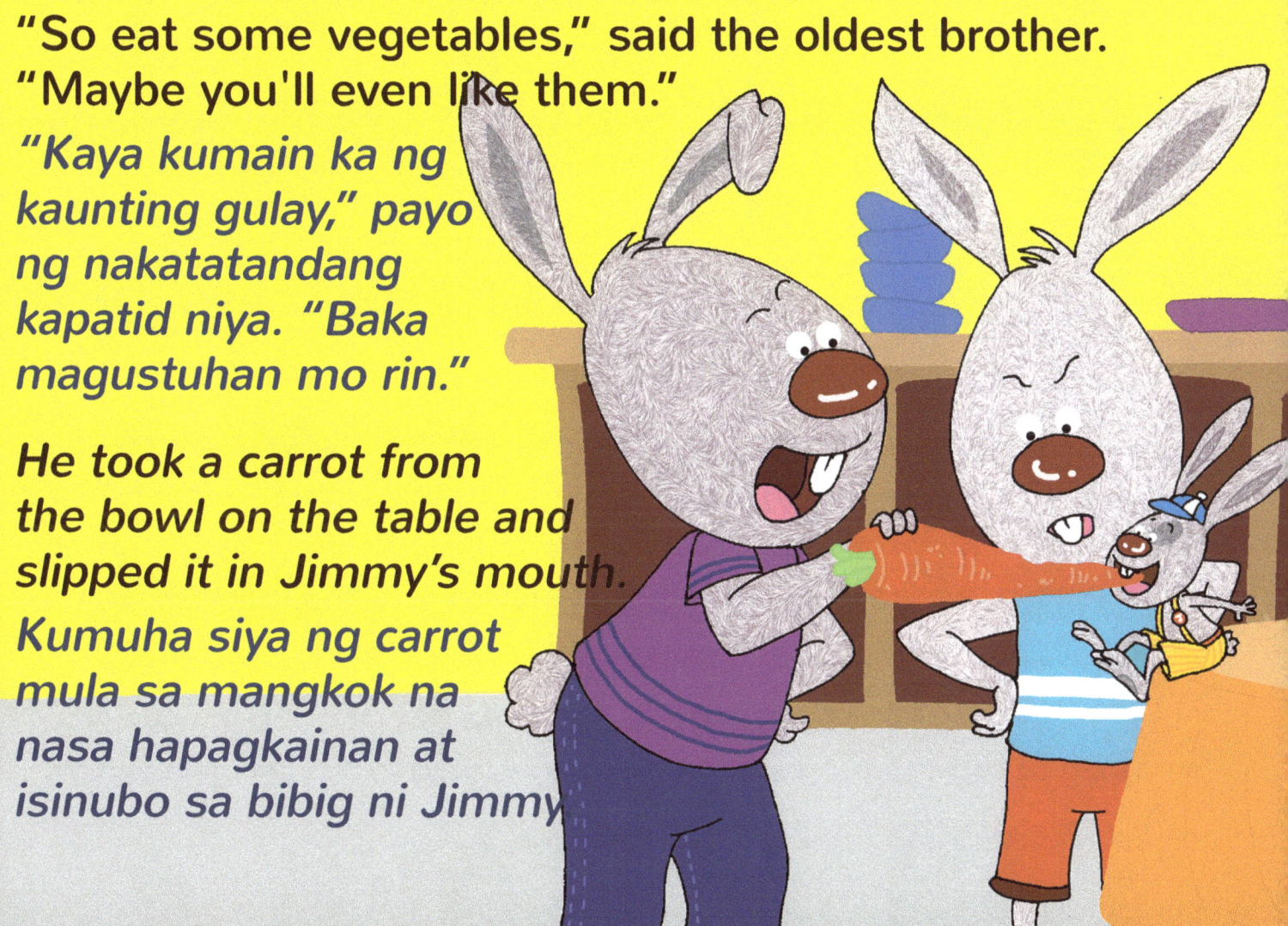

"Ummm...this is sweet and tasty," Jimmy said as he chewed his carrot with his strong, white teeth.

"Ummm...matamis ito at masarap," sabi ni Jimmy habang nginunguya ang carrot gamit ang kanyang matatalas at puting ngipin.

All of the sudden, he felt a strange tingly feeling spreading all over his body—it was just like magic.

Maya-maya pa, naramdaman niyang may kakaibang kiliti na dumadaloy sa kanyang buong katawan – na parang isang hiwaga.

"Jimmy, look! You've grown a bit!" shouted the oldest brother.

"Jimmy, tingnan mo! Tumangkad ka nang kaunti!" sigaw ng kanyang nakatatandang kapatid.

The middle brother gave Jimmy a juicy cucumber from the bowl. "Here, eat something else," he said.

Binigyan ng pangalawang kuya si Jimmy ng isang makatas na pipino mula sa mangkok. "Eto, tikman mo naman ito," pag-alok niya.

With every bite, he felt his body getting stronger and stronger. He was growing!

Sa bawat kagat, nararamdaman ni Jimmy na lalo siyang lumalakas. Tumatangkad siya!

"You're finally yourself again," the oldest brother shouted and ran over to hug Jimmy.

"Bumalik ka na sa dati," bigkas ng nakakatandang kapatid at niyakap niya nang mahigpit si Jimmy.

His middle brother hugged him, too. "How are you feeling now?" he asked.

Niyakap din siya ng pangalawang kuya niya. "Kumusta na ang pakiramdam mo?" tanong niya.

"I feel great and full of energy," Jimmy answered. "And you know what? These fruits and vegetables are really tasty. I should have tried them before!"

"Maayos na ang pakiramdam ko at punong-puno ng sigla," sagot ni Jimmy. "At alam mo pa kung ano? Masarap pala itong mga prutas at gulay. Dapat pala ay sinubukan ko na sila dati pa!"

All three brothers began to laugh loudly and jump around.

Humalakhak nang malakas ang tatlong magkakapatid at nagtatalon.

A few minutes later, Jimmy's parents entered the kitchen.

Ilang minuto pa, pumasok ang mga magulang ni Jimmy sa kusina.

"Great, everyone's here," said Dad.

"Mabuti naman at nandito ka lang pala," sabi ni Papa.

"I'm happy that everyone's in such a good mood," said Mom. "What a great way for us to start lunch! Don't forget to wash your hands!"

"Natutuwa ako at lahat kayo ay masaya," sabi ni Mama. "Nakakagana tuloy kumain ng ating pananghalian! Huwag kakalimutan na hugasan ang inyong mga kamay!"

The happy family sat around the large table and began eating all the tasty things there. Even Jimmy finished his whole plateful.

Umupo ang masayang pamilya sa palibot ng hapagkainan at sinimulang kainin ang lahat ng masasarap na pagkain doon. Kahit si Jimmy ay nasimot ang lahat ng nasa kanyang plato.

From that day on, Jimmy liked eating all his fruits and vegetables. Sometimes, he still ate candy but only a little and only after his meals.

Simula noon, gusto nang kainin ni Jimmy ang lahat ng kanyang prutas at gulay. Kumakain pa rin siya ng kendi paminsan, subalit pagkaraan lamang kumain ng nakahain sa hapagkainan.

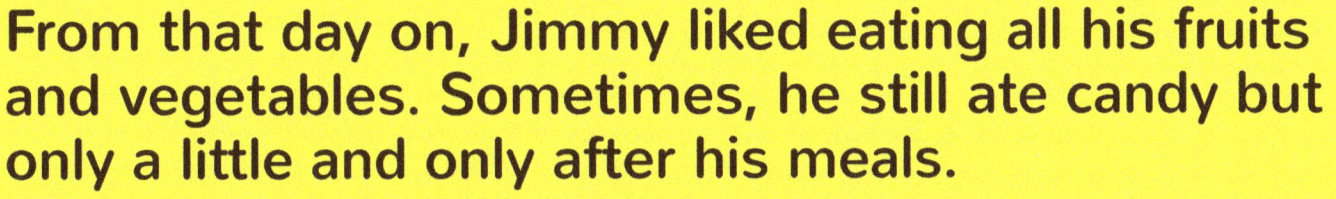

www.ingramcontent.com/pod-product-compliance
Lightning Source LLC
Chambersburg PA
CBHW051305110526
44589CB00025B/2939